பூமியை ஆண்ட வேம்பரசி

ச-ஷா

இறைவனுக்கு

பொருளடக்கம்

நன்றி

இறைவனுக்கு

1

ஒரு புதிய தொடக்கம்

பூமியை ஆண்ட வேம்பரசி

மனிதன் மட்டுமே ஆழ்ந்து கொண்டிருக்கும் பூமியில் மற்ற இனங்களை ஒரு பொருட்டாகவே எடுத்துக் கொள்ளாமல் மனித இனம் வாழ்ந்து வந்தது.

இது இயற்கைக்கு எதிரானது என தெரிந்தும் மனித இனம் அதைத்-தொடர்ந்து செய்து கொண்டே இருந்தது பூமி இன்னும் சிறந்ததாக இருக்கவே முதல் வாய்ப்பாக மனித இனம் பரிணாம வளர்ச்சி அடைந்-தது ஆனால் சிறப்பானதாக பூமியை மாற்றாமல் இருப்பதை எல்லாம் தன்னுடையது என எண்ணி மனித இனம் அழித்து வந்தது பரிணாமம் என்பது இன்னும் சிறப்பாகவே இருக்கவே என இயற்கையால் உருவாக்-கப்பட்டது ஆனால் அது மனித இனத்தால் நடைபெறவில்லை.

ஆனால் இயற்கை எல்லாவற்றையும் சமன்படுத்தும் அடுத்த வாய்ப்-பாக தாவரங்களும் மரங்களும் பரிணாமம் அடைய தொடங்கின காலம் 14.1.2090 ஆண்டுகளில் பூமி சூரியனுக்கு பல நூறு மைல்கள் நெருங்கி வந்தது இது ஒரு நாளில் நடந்த சம்பவம் அல்ல பல ஆண்டுகள் கொஞ்சம் கொஞ்சமாக நடந்த சம்பவம் பூமியில் உள்ள மரம் செடி கொடிகள் அதன் வேர்களும் தண்டுகளும் உறுதித்தன்மை அதிகமாக மாறிக் கொண்டிருந்த சமயம் சூரியனின் மின்காந்த புயல் எந்த கோள்க-ளையும் தாக்காமல் முழுமையாக பூமியை மட்டும் சுழன்று வந்து ஒற்றை மரத்தால் உள்வாங்கப்பட்டது . அதுவே இந்த கதையின் தொடக்கம். வேம்பரசி எனும் வேப்பமரம் கற்பகம் எனும் பாட்டி கைலாசம் எனும் தாத்தா மூவரும் வாழ்ந்துவந்த ஓட்டு வீடு விஞ்ஞானமும் அதன் வளர்ச்சியும் உச்சத்தில் இருந்த நேரம் ஆனால் அதில் அதிகம் சேராமல்

வாழ்ந்துவந்த கற்பகம் மற்றும் கைலாசம் வறுமையில் வாழ்ந்து வந்த கற்பகமும் கைலாசம் ஒரு ஓட்டு வீட்டில் தான் அவர்களது இளமைப் பருவத்தை தொடங்கினார்கள் நவீன வாழ்க்கை சத்தற்ற உணவு முறைகளில் மனித இனம் முழுமையாக இருந்த சமயம் அதன் பாதிப்பு கற்பகம் மற்றும் கைலாசம் தம்பதிகளையும் விட்டுவைக்கவில்லை பல வருடம் ஆகி இருந்தும் அவர்கள் இருவருக்கும் குழந்தை பிறக்கவில்லை ஓட்டு வீட்டின் தரையில் இடையே ஓடுகளில் வெளிச்சத்திற்காக வைக்கப்பட்டிருந்த கண்ணாடிகளின் வழியே ஊடுருவி வீட்டிற்குள் வந்த சூரிய வெளிச்சத்தில் சிமெண்ட் தரையில் மிகச்சிறிய இடத்தில் துளிர்விட்டது வேம்பரசி. மனித இனத்திற்கே உரித்தான கொடூர குணம் துளிர்விடும் தன் இனத்தையே பெண் சிசு என்பதால் அழிக்கும் செயல் அப்படி இருந்த சமயம் கற்பகமும் கைலாசமும் துளிர்விட்டு இருந்த வேம்பரசிய் நசுக்காமல் நம் இருவரை தவிர இந்த வீட்டிற்குள் புதிதாய் வந்த இந்த ஜீவன் உன்னாலேயோ என்னாலேயோ விதைக்கப்படவில்லை இது இயற்கை அந்த விதைக்கு கொடுத்த பிறப்பு அதை நாம் அளிக்க வேண்டாம் என நடுவீட்டில் துளிர்விட்டு இருந்த வேம்பு அரசிக்கு வாழ வழி செய்தார்கள்.

கற்பகமும் கைலாசம் தினமும் வேம்பு அரசிக்கு தண்ணீர் மற்றும் சூரிய வெளிச்சம் வர வழி செய்தார்கள் வேம்பு அரசியிடம் தினமும் கைலாசம் கற்பகமும் குழந்தையிடம் பேசுவதைப் போல் பேசி பழகி வந்தார்கள் துளிராய் இருந்த வேம்பரசி நாளடைவில் செடியாய் வளர்ந்தது சிமெண்ட் தரை அதன் வளர்ச்சியை தடுக்காமல் இருக்க கைலாசம் வேம்பரசியய் சுற்றி இருந்த சிமெண்ட் தரையை உடைத்து விட்டு அங்கு சத்தான செம்மன் பரப்பாக மாற்றி வேம்பரசியய் சுற்றி கரைகள் அமைத்து தந்திருந்தனர்.

நாட்கள் பல சென்றன வேம்பரசி கற்பகம் கைலாசம் மூவரும் அப்பா அம்மா குழந்தை எனும் பாச பிணைப்பில் இருந்தார்கள் வேம்பரசிக்கு பின்பு துளிர்விட்டு இருந்த பல செடிகள் நன்கு வளர்ந்து இருந்த போதும் வேம்பரசி சிறிய செடியாக இருந்தது இது கைலாசத்தில் கற்பகம் மிக வருத்தமாக இருந்தது, அவர்கள் வேம்பரசியிடம் ஏண்டி நாங்க உன்ன ஒழுங்கா பாத்துகிறது இல்லையா ஏன் நீ சரியாக வளராமல்

இருக்க என கேட்டார்கள். ஊனமான குழந்தையை பார்க்கும் வருத்-
தத்தை போல் இருந்தது கைலாசம் கற்பகம் தம்பதியின் உள்ளம் பல
சத்தான மண் உறுதியான கரைகட்டி மிகவும் பாதுகாப்பாக வேம்பரசியய்
அவர்கள்
பார்த்து வந்தபோதும் வேம்பு அரிசியின் வளர்ச்சியின் அடையாளமே
இல்லாமல் இருந்தது எதேச்சையாக தன்னுடன் பள்ளியில் படித்த
கார்மேகத்தை பார்த்த கைலாசம் வலுக்கட்டாயமாக தனது வீட்டிற்கு
அழைத்து வந்தார்

வீட்டின் நடுவே உயரமான கரைகள் அமைத்து பாதுகாப்பாக வேம்பரசி
செடி வளர்க்கப்பட்டு வருவதை கண்ட கார்மேகம் அதன் காரணத்தை
கேட்கவே அவர்கள் வேம்பரசியய் தங்களது குழந்தையை நினைத்து
வளர்த்து வந்தது புரிந்தது கார்மேகத்திற்கு.

கார்மேகம் ஒரு தாவரவியல் நிபுணர் அதனால் அவருக்கு ஏன்
வேம்பரசியால் வேகமாக வளர முடியவில்லை என்ற காரணம் புரிந்தது.
அவர் கைலாசத்துக்கு செடிகள் வளர்ப்பில் உள்ள பல முக்கிய அறி-
வியல் ஆலோசனைகளை வழங்கினார் அதன்படி சூரிய வெளிச்சமே
தாவரங்களின் வளர்ச்சிக்கு மிகவும் முக்கியமானது என்பதைத் தெரிவித்-
தார் தாங்கள் உயிராக வளர்த்து வந்த வேம்பரசி செடிக்காக வீட்டின்
அமைப்பை மாற்றினார் கைலாசம் அதிகப்படியான சூரிய வெளிச்சம்
வேம்பரசிக்கு செல்ல மேற்கூரையில் வேம்பரசிக்கு மேல் இருந்த ஓடு-
களை
பிரித்தார் மழைநீரை சேமித்து அதை மட்டுமே வேம்பரசிக்கு உணவாக
அளித்தார். சூரிய உதயத்திலிருந்து மறையும் வரை சூரியனிலிருந்து
வரும் வெளிச்சம் அதன் மேல் படுவது போல் என்ற அறிவியல் முப்-
பரிமாண குவி முறையை பயன்படுத்தினார் இதன் விளைவாக வேம்பர-
சிக்கு கிட்டத்தட்ட 12 மணிநேரம் தொடர்ச்சியாக சூரிய ஒளி கிடைத்தது
வேம்பரசிய மிக வேகமாக வளரத் தொடங்கினாள். ஊரில் இருந்த மற்ற
மரங்களை காட்டிலும் அதிக சுற்றளவு அதிக பரந்து விரிந்து அமைப்பு-
டன் மிக கம்பீரமாக இருந்தாள் வேம்பரசி வீட்டுக் கூரையின் ஓடுகளை
வேம்பரசிக்காக கைலாசம் பிரித்திருந்தார், ஆனால் இன்று வேம்பின்
கிளைகள் மிக அடர்த்தியாக அகன்று விரிந்து கைலாசத்தின் வீட்டின்
கான்கிரீட் கூரை போலிருந்தது கற்பகம் வேம்பரசியய் ஒரு தாயை போல்

அன்புடன் கவனித்து வந்தார்

தினமும் ஒரு மணி நேரமாவது வேம்பரசியிடம் கற்பகம் பேசுவார் நாட்-கள் செல்லச் செல்ல கற்பகத்தின் வார்த்தைகளுக்குச் செவி சாய்க்க தொடங்கினாள் வேம்பரசி. கற்பகம் ஒரு அன்னையாய் இருந்தும் நீரும் உணவும் கொடுத்து வேம்பரசியய் பாதுகாத்து வந்தார் கைலாசம் ஒரு தந்தையாக இருந்து பாதுகாப்பும் வளர்ச்சியும் சூரிய வெளிச்சமும் வேம்-பரசிக்கு கிடைக்குமாறு பார்த்து வந்தார் வேம்பரசியோ, கைலாசம் கற்-பகம் இருவருக்கும் சுத்தமான சுவாசக் காற்று ரம்மியமான சூழலில் கொடுத்தாள். வேம்பு அரசியின் கிளைகளில் பல பறவை இனங்கள் கூடுகள் பல கட்டி பாதுகாப்பாய் வசந்தமாக இருந்துவந்தது இவையாவும் சுமார் இருபது ஆண்டுகளில் மெல்ல மெல்ல நடந்து வந்த வசந்தகாலம் அதேசமயம் நகரம் என்ற சூழலில் வாழ்ந்து வந்த மனிதர்களுக்கு மழை மெல்ல மெல்ல குறைந்து கொண்டே வந்தது நிலத்தடி நீரும் குறைந்து கொண்டே வந்தது இறுதியாக மனிதன் கடல் நீரை அதிகமாக சுத்திக-ரிப்பு செய்து குடிநீராக உபயோகப் படுத்தி வந்தான்.

மக்கள் அந்தக் கடலையும் மெல்ல மெல்ல நச்சுத் தன்மையாக மாற்றினார்கள் நீரோடைகள் மற்றும் ஆற்றுப்படுகைகளில் வாழ்க்கை பயணத்தை தொடங்கிய மனிதர்கள் அவை அனைத்தையும் இப்போது அழித்துவிட்டு நிலத்தடி நீர் சுத்தமாக எங்கு இருக்குமோ அந்த பகுதிக-ளில் வாழத் தொடங்கினார்கள் இதிலும் மனிதனின் பிரித்தாளும் எண்-ணமே மேலோங்கி இருந்தது சக்தி வாய்ந்த மனிதர்கள் மட்டுமே அந்தப் பகுதிகளை ஆக்கிரமிப்பு செய்ய எண்ணினார்கள் அவர்களே நிலத்தடி நீர் அதிகமாக இருக்கும் பகுதிகளில் கையால நினைத்தார்கள் பணம் என்பது சக்தி வாய்ந்த மனிதர்களின் அடையாளமாக இருந்த நேரம் அது,

மனிதனின் அறிவியல் சுத்தமான நிலத்தடி நீர் இருக்கும் பகுதிகளை கண்டறிந்து அங்கு வசதிபடைத்தவர்கள் குடியமர்த்தும் பணிகளில் ஈடு-பட்டிருந்த சமயம் அது நாட்டின் கடைக்கோடி தீவில் அதிக மக்கள் இல்லாத இயற்கையய் மட்டுமே ஆதாரமாகக் கொண்டு வாழ்க்கை பயணம் மேற்கொண்டிருந்த கற்பகம் கைலாசம் வேம்பரசி மூவரது வாழ்க்கைக்கும் அரசாங்கம் மனிதனால் கட்டமைக்கப்பட்ட சமூகம் பணம் அதிகாரம் ஆகியவற்றுக்கும் இடையில் மோதல் முதல் முதலில் உருவாக ஆரம்பித்தது

எங்கிருந்தோ யார் என்று யாருக்கும் தெரியாத நபர்கள் அதிகாரிகள் என்ற பெயரில் தேசத்தின் தீவு என்ற ஒரே ஒரு காரணத்திற்காக அந்த தீவை முழுமையாக கையகப்படுத்த நினைத்தார்கள் இதுவரை அந்த தீவு பகுதிக்கு எள் அளவு கூட நன்மை செய்திட அரசாங்கம் எந்தவித கூச்சமும் இன்றி அது தங்களுக்குச் சொந்தம் கொண்டாடினார்கள் தீவில் உள்ள அந்த சிறிய மக்கள் தொகை கூட்டத்தை நாட்டிற்கு துரத்-திவிட்டு அந்த தீவை தங்கள் வசமாக்கிக் கொள்ள நினைத்தார்கள்

அதற்கு ஒரே காரணம் அந்த தீவில் மட்டுமே கிடைக்கும் சுத்தமான குடிநீருக்காக காற்றிற்காகவும் தான் இந்த அதிகார வர்க்கத்தினர் வந்-தார்கள். தலைமை பொறுப்பில் இருந்தார் காமாட்சி.

காமாட்சி ஒரு அரசு ஊழியன் அரசாங்கம் சொல்லும் வேலையை அதிகாரம் உள்ளது என்ற ஒன்றுக்காக எப்பாடுபட்டாவது முடித்துவிட நினைப்பவன் காமாட்சி முதல் முறையாக சிசா தீவிற்கு வருகை புரிந்-தான்

சிசா தீவின் மொத்த பரப்பளவு வெறும் பத்து கிலோமீட்டர் சுற்றளவு தான்

சிசா தீவு அழிந்துவிடும் என 100 ஆண்டுகளாக அறிவியல் ஆராய்ச்-சியாளர்கள் கூறியதனால்தான் இந்தத் தீவை யாரும் கண்டுகொள்ளாமல் இருந்தார்கள் ஆனால் அது தவறான செய்தி என்பதை இந்த தலை-முறை தான் உறுதிசெய்தது அதனால்தான் இந்த கையகப்படுத்தல் நடவடிக்கை குடிநீருக்காக நடக்கத் தொடங்கியது.

காமாட்சி ஒட்டுமொத்த சிசா தீவு மக்களை ஒன்று கூட்டி அவர்கள் வசித்து வந்த தீவிலேயே அவர்களை அடிமையாக்க முயன்றார் அவர் அங்கு தீவின் மையப்பகுதியில் உள்ள மரங்களை அழித்து விட்டு அங்கு பங்களாக்கள் கட்ட போவதாகவும் மேலும் அங்கு வரப்போகும் அதிகா-ரிகள் வீட்டிற்கு சிசா தீவு மக்களை பணியாளர்களாக அமர்த்தி அவர்-களுக்கு அரசாங்க சம்பளம் அளிப்பதாகவும் ஆசைவார்த்தை கூறினார். ஒப்புக் கொள்ளாதவர்கள் தீவிலிருந்து நாட்டிற்கு அனுப்பப் படுவார்கள் எனவும் மிரட்டினார் செய்வதறியாது தவித்த சிசா தீவு மக்கள் நாங்கள் வசிக்கும் பகுதிகளில் எங்களை அப்புறப்படுத்திவிட்டு எங்கிருந்தோ வரு-பவர்களுக்கு எங்களை வேலைக்காரர்களாக இருக்க சொல்கிறீர்களே இப்போது நாங்கள் என்ன செய்வது என்று கூற முடியாமல் விழி பிதுங்கி

நிற்கின்றோம் என்று கூறினார்கள்.

முதலில் பலர் அரசாங்கத்தை எதிர்த்தார்கள். அவர்கள் இந்த தீவு எங்களுடையது இங்கு நாங்கள் பல நூறு ஆண்டுகளாக வாழ்ந்து வரு-கிறோம், எங்களிடத்தில் வந்து எங்களை அடிமையாக்கி விரட்ட பார்க்-கும் அரசாங்கத்தை எதிர்த்து சண்டையிட்டார்கள், முதலில் அவர்கள் போராடினாலும் வெறும் ஆயிரம் பேர் மட்டுமே உள்ள தீவில் ஒரு அரசாங்கத்தையே எதிர்த்துப் போராடும் பலம் அவர்களுக்கு இல்லை அதனால் பலர் அதிலிருந்து பின்வாங்கினார்கள் இதில் அதிகம் பாதிக்-கப்பட்டது கைலாசம் கற்பகம் தான். மற்ற சிசா வாசிகள் குறைந்தது அவர்களது குழந்தைகளையும் உடைமைகளையும் பார்த்துக்கொள்ளலாம் என்று இருந்தபோது கற்பகமும் கைலாசம் பிள்ளையாக வளர்த்து வந்த வேம்பரசியய் காப்பாற்ற முடியாத நிலை வந்தது. மூன்று மாத கால அவகாசம் மட்டுமே அளித்து சென்றார் காமாட்சி, அவரது அரசாங்கம்.

அன்று இரவு வானத்தில் பெரிய சலனம் ஏதும் இல்லை எப்போ-தையும் விட மிகத் தெளிவாகவே இருந்தது ஆனால் கைலாசம் மற்றும் கற்பகத்தின் உள்ளத்தில் தான் இடி மின்னல் மழை இருவரும் வேம்பர-சியின் மேல் சாய்ந்து அழுது கொண்டிருந்தார்கள் .

இத்தனை நாளாக பிள்ளையாக வளர்த்து வந்த தங்களது வேம்பரசியய் காப்பாற்ற வழி தெரியாமல் இருவரும் மரத்தைச் சுற்றி அமைக்கப்பட்டி-ருந்த கரையில் சாய்ந்து தேம்பி அழுது கொண்டிருந்தார்கள் கைலாசம் கற்பகமும் அழுதுகொண்டே அப்படியே தூங்கி விட்டார்கள்.

அன்றைய இரவு நேரமும் முடிந்து விடியல் தொடங்கியது கற்பகமும் கைலாசமும் அன்றாட வேலையை தொடங்கினார்கள் ஆனால் அவர்-கள் மனதில் மட்டும் தொடர்ந்து வேம்பரசியய் பற்றிய சிந்தனை ஓடிக்-கொண்டே இருந்தது எப்போதையும்விட அன்றைய பொழுதில் சூரிய வெளிச்சம் மிக அடர் சிவப்பாக இருந்தது சூரியனில் இருந்து வெளி-வந்த மின் காந்த அலை சரியாக வேம்பரசி இருந்த பகுதிக்கு நேர் கோட்டில் வந்தது சூரிய வெளிச்சம் அதிகம் கிடைக்க கைலாசம் ஏற்-படுத்தி வைத்திருந்த அறிவியல் முறையானது மிக அதிகப்படியான மின்காந்த அலையை வேம்பரசி மரத்தினை ஊடுருவ செய்தது கிட்-டத்தட்ட ஐந்து நிமிடம் நீடித்த சூரிய மின்காந்த அலை அதிகமாக வேம்பரசி இருந்த பகுதிக்குள் உள்வாங்கப்பட்டது வேம்பரமசி மரம் ஏற்-கனவே நன்கு பரந்து விரிந்து இருந்ததால் மின்காந்த அலையின் தாக்-

கம் அதிகமாக இருந்தது ஆனால் இயற்கையின் இந்த நிகழ்வை மக்-
கள் யாரும் அறிந்திருக்கவில்லை முதல் முறையாக தன்னை உணரத்
தொடங்கினாள் வேம்பரசி. வேம்பரசிக்கு அதன் வாழ்வியல் நோக்கம்
புரியவில்லை ஒரு குழந்தைக்கு அதன் தாய் தந்தையை உணவு ஊட்டி
அம்மா அப்பா என்று தன்னை அறிமுகப்படுத்திக் கொண்டு தங்களது
பிள்ளை என சமூகத்திற்கு அந்த பிள்ளையை அறிமுகப்படுத்தி தினமும்
பள்ளிக்குச் செல்ல வேண்டும் படிக்கவேண்டும் பெரியவனாகி வேலைக்-
குச் செல்ல வேண்டும் என மனிதன் தனக்குத் தெரிந்த வாழ்வின் நோக்-
கத்தை அவர்களது பிள்ளைகளிடம் கூறுவார்கள்

இப்போது வேம்பரசியும் புதிதாய் பிறந்த குழந்தையைப் போல் இருக்கி-
றது. வேம்பராசிக்கு அதன் வாழ்வியல் நோக்கத்தை கற்பகம் கைலாசம்
இயற்கை மூவரும் சேர்ந்து உணர்த்தும் நிலையில் இருந்தது வேம்பரசி
மரம்.

கைலாசம் கற்பகமும் அவர்கள் பிள்ளையாய் வளர்த்த வேம்பரசியய்
மனிதர்கள் அழிக்கப் போகிறார்கள் அவர்கள் வசிக்கும் இடத்தையும்
அபகரித்து விட்டு அவர்களது இடத்தையும் அங்கிருக்கும் மரம் செடி
கொடிகள் பறவைகள் போன்றவற்றையும் அழிக்கப் போகிறார்கள் என்ற
கோபமும் வருத்தமும் அவருக்குள் இருந்தது வழக்கம்போல் பகல்
பொழுது முடிந்து இரவு நேரம் வந்தது இன்று கைலாசத்தில் கர்ப்பத்-
திற்கும் எப்போதும் போன்ற ஒரு நாள் ஆனால் வேம்பரசிக்கு தன்னை
உணர்ந்த முதல் நாள் கற்பகம் உணவு உண்டு முடித்து விட்டு வேம்ப-
அரசியுடன் எப்போதும் போலப் பேசத் தொடங்கினால் கூடவே இன்று
கைலாசம் அமர்ந்து பேசினார் வேம்பு தங்கம் எங்கள மன்னிச்சிடு மா
நாங்க உன்ன நல்லா தான் பார்த்துக்கிட்டு வரோம் ஆனால் இந்த
மனுஷன் பயங்க புத்தி மட்டும் ஏன் இப்படி கிருக்காவே இருக்குன்னு
தெரியல யாரு அழிஞ்சாலும் தான் மட்டும் வாழ்ந்தா போதும்னு பாக்-
குறான் எது இருந்தாலும் எது கிடைச்சாலும் எல்லாத்தையும் தனக்-
குன்னு எடுத்திருக்கிறான் மற்ற ஜீவராசிகள் இருக்குன்னு யோசிக்கவே
மாட்டிக்கிறான். என கற்பகம் கூற கைலாசம் அட எது இருந்தாலும்
தனக்குன்னு எடுத்துக்கிட்டு மிச்சம் இருக்கிறதையாச்சும் விட்ராங்களா
மொத்தத்தையும் கூறுபோட்டு வித்துட்ராங்க நம்மள நகரத்துக்கு கூட்-
டு போயிடு வாங்க இங்க இருக்க பறவைங்க சின்ன சின்ன மிரு-
கங்கள் பூச்சிகள் எல்லாத்தையும் கொன்னுடுவாங்க இல்ல அடைச்சு

வெச்சு கொடுமை பண்ணுவாங்க அவங்களோட உணர்ச்சியை புரிஞ்-
சிக்கவே மாட்டேங்கிறாங்க என புலம்பினார். மூன்று மாத தவணை
கொடுத்துச் சென்ற அரசாங்க அதிகாரி காமாட்சி அடுத்த மாதமே வந்-
தார் மீண்டும் மக்களை ஒன்று திரட்டி அவர்களது எண்ணத்தை கேட்-
டார் ஆனால் இந்த முறை அனைத்தையும் வேம்பரசி கேட்டுக் கொண்-
டிருந்தது சிசா தீவு கைலாசம் கோபமாக காமாட்சியிடம் பேசினார் எங்க
இடத்தில இருந்து எங்கள போக சொல்றீங்க,

இல்ல இங்க வரவங்களுக்கு எங்கள அடிமையா இருக்கச் சொல்-
றீங்க இது என்ன நியாயம்

இந்த தீவு அழிஞ்சுரும்னு இதுவரைக்கும் எந்த அரசாங்கமும் இங்க
எட்டிக்கூட பார்க்கல இங்கே இருக்கும் ஜனங்களை பற்றி யோசிச்சதும்
இல்ல இப்ப வரைக்கும் எங்களை நாங்கதான் பாத்துக்குறோம் நாங்க
ஓட்டு கூட போட்டது இல்லை ஆனா நீங்க எங்கள ஆட்சி செய்யுற
அரசாங்கம் நாங்க உங்க பேச்சை கேட்கணுமா நீங்க ஒன்னும் இந்த
தீவை அழிச்சுடுவீங்க இல்ல கூறு போடுவீங்க.

எங்க, உங்க நகரத்துல சேர்ந்தாற்போல ஒரு நூறு மரம் எங்கேயாச்-
சும் இருக்கா சொல்லு இந்த தீவில இருக்கும் மரம் இது எல்லாம் இங்க
இருக்கிற இயற்கையும் பறவைகளும் சேர்ந்து ஒன்னா உருவாக்கினது
நாங்களே இத பராமரிச்சுட்டு தான் வரோம் சொந்தம் கொண்டாடுனது
இல்லை ஆனா நீங்க உங்களுக்கு உரிமை ன்னு சொல்லிட்டு வரீங்க
என காட்டமாக பேசினார் கைலாசம். கைலாசத்தின் பேச்சு காமாட்-
சிக்கு கோபத்தை உண்டு பண்ணவே சடாரென கைலாசத்தை தாக்-
கினார் இதைப்பார்த்து வேம்பரசி மரத்தின் கிளைகள் மிக வேகமாக
அசைந்து ஆனால் காற்றிற்க்கு தான் அசைகிறது என அதை யாரும்
பெரிதாக எடுத்துக் கொள்ளவில்லை காமாட்சியின் பேச்சில் மிரட்டல்
தெரியத் துவங்கியது ஒழுங்கா நீங்களா ஒன்னு எங்க ப்ராஜெக்ட்டுக்கு
உதவி பண்ணுங்க இல்ல இங்க இருந்து ஓடிருங்க இதுல ஏதாச்சும்
ஒன்னு தான் நடக்கணும் இல்லனா நாங்க உங்கள விரட்டியடிச்சுரு-
வோம் அதுல உங்களுக்கு எந்த லாபமும் இல்லை ஒன்னு ஒத்துப்-
போங்க இல்ல ஊரை விட்டுப்போக சிம்பிள் அதை விட்டுட்டு போராட்-
டம் பிரச்சினையை ஆரம்பிச்சிங்கன்னா இங்கே உங்களுக்கு உதவ யாரும்
வரமாட்டாங்க அங்க நகரத்திலேயே நாங்க சொல்றது தான் நடக்கும்
இங்கே இருக்கிற காத்து தண்ணிக்காக தான் வரோம், வேற ஒன்னும்

மண்ணுக்குக் கீழே தங்கம் வைரம் பெட்ரோல் இருக்குன்னு வரல இங்க வர போறவங்க எல்லாம் நம்ம நாட்டோட வளர்ச்சிக்கு முக்கியமான-வெங்க அவங்க எல்லாம் நல்லா இருந்தாதான் நாடு நல்லா இருக்கும் என காமாட்சி கூறினார்.

அதற்கு கைலாசமோ நாடு நல்லா இருந்தா எங்கேயோ இருக்கிற தீவுக்கு அவங்க ஏன் வரப்போறாங்க அவங்க நல்லா வாழணும்கிற சுய-நலம் அதான் இங்க வராங்க காத்து தண்ணி எல்லோருக்கும் பொது-வானது ஆனால் இந்த மரம் செடி கொடி எல்லாம் மண்ணோடு பிள்-ளைங்க மண்ணோடு இரத்த உறவுங்க மண்ணோடு உடல் உறுப்புகள் ஏன் சார் உங்க தலையில இருக்கிற முடியயோ இல்ல உங்க கை கால்ல ஒன்னுத்துக்கும் உதவாத முடியயோ ஒன்னு ஒன்னா வெடுக்கு வெடுக்-கென்று பிட்ச்சா உங்களுக்கு எப்படி இருக்கும் வலி உயிர் போகாது வலியில் துடிக்க மாட்டேங்க அதே மாதிரிதான் சார் இந்த மண்ணுக்-கும் வலிக்கும் பொண்ணுக்குள்ள போற விந்து எப்படி வளர்ந்து நம்-பிக்கையில் ஒரு குழந்தையா வளருதோ அதே நம்பிக்கையில்தான் சார் ஒவ்வொரு விதையும் மரமா செடியா வளருது ரோட்ட போட்டு மண்ணி-லிருந்து செடி கொடி எல்லாம் வெளியே எட்டி கூட பார்க்க முடியாத அளவுக்கு மண்ண முழுசா முடிறீங்க
இல்ல கட்டிடம் கட்டி அதுல செடியை வழக்கரிங்க மண்ணுக்குள்ள இருக்குற தண்ணி மொத்தத்தையும் உறிஞ்சி தள்ளிறீங்க இருக்கிற மற்ற ஜீவராசி எதைப் பற்றியும் யோசிப்பதே இல்லை ஒரு மரத்துல குறைந்-தது 100 ஜீவராசியும் இருக்கும் ஆனால் ஒரு நாலு பேரு இருக்கிற-துக்கு இரண்டாயிரம் மூவாயிரம் அடி இடத்துல வீடு கட்டி காத்து கூட வர முடியாத அளவுக்கு எல்லா பக்கத்தையும் அடைச்சுக்கிட்டு உள்ள போய் படுத்துக்க வேண்டியது அப்புறம் காத்து வரலன்னு வீட்டுக்குள்ள ஏசி வைக்கிறது என்னதான் உங்களுக்கு வேணும்

இருக்கிறது எல்லாம் உங்களுக்கு தாங்குற மனப்போக்கு தான் எங்கள வெளியில விரட்டிவிட்டு நீங்க எங்க தீவ உங்களுடைய தீவு-னு கூச்சமே இல்லாமல் சொல்றீங்க என உச்சபட்ச கோபத்தில் பேசினார்.

இந்த முறை காமாட்சிக்கு வாதம் செய்ய எதுவும் இல்லாமல் எழுந்து சென்றுவிட்டார் அங்கு இருந்தவர்கள் பேசிய உரையாடல் அனைத்தை-

யும் வேம்பரசி மரம் கேட்டுக் கொண்டிருந்தது. வேம்பஅரசின் ஆறாம் அறிவுடன் பேசத்தொடங்கினாள். என் பெயர் வேம்பஅரசி நான் இந்த மண்ணின் மகள் கைலாசம் கற்பகம் என்னை வளர்த்தவர்கள் அவர்கள் இந்த மண்ணின் பிள்ளைகள் மேலும் அம்மா அப்பாவாக இருந்து என்னை வளர்த்தவர்கள் மற்ற மனிதர்கள் போல் சுயநலமில்லாமல் இந்த வீட்டில் ஒரு சின்ன செடியாக வளர்ந்திருந்த என்னை வெட்டி எறி- யாமல் எவ்வளவு பெரிய மரமாக வளர எனக்கு இடம் கொடுத்தார்- கள் இப்போது அவர்களையும் இங்கிருக்கும் மற்றவர்களையும் அரசாங்- கம் என்று ஒரு கூட்டம் காலி செய்ய வேண்டும் இல்லை என்றால் அவர்கள் கூறுவதை கேட்க வேண்டும் என வற்புறுத்துகிறார்கள் என தனக்குள் பேசிக் கொண்டது. வேம்பரசி மரம் . மேலும் அது யாரது அரசாங்கம் அவங்க சொன்ன இங்க இருக்கிறவங்க ஏன் கேட்க வேண்- டும் ஒருவேளை அவங்க இவங்களைப் விட பார்க்க பெருசா இருப்- பாங்களோ சரி இருந்துட்டு போகட்டும் அதுக்கு ஏன் இவங்கள காலி பண்ண சொல்றாங்க, ; இவ்ளோ நாளா அவுங்க எங்க இருந்தாங்களோ அங்கேயே இருக்க வேண்டியது தான எதுக்கு நம்ம அம்மா அப்பாவை தொந்தரவு பண்றாங் அம்மா அப்பா நேற்று இரவு கூட ரொம்ப அழு- தாங்களே, என்னை அவுங்க வெட்டிருவாங்கனு கூட அம்மா சொன்- னாங்களே ஆனா நம்மள மாதிரி இங்கே இன்னும் நிறைய பேர் இருக்- காங்க அவங்க வீட்டிலேயும் இப்படிதான் அழுதுகிட்டு இருப்பாங்களோ சரி நாளைக்கு மத்தவங்க கிட்டயும் பேசுவோம் என தனக்கு தானே பேசிக் கொண்டாள் வேம்பரசி. எப்போதும்போல கைலாசம் கற்பக- மும் உட்கார்ந்து பேசினார்கள் வேம்பு தங்கம் இன்னைக்கு வந்தான் பாரு காமாட்சி இவன்தான் அரசாங்கத்திலிருந்து நம்மள காலி பண்ண அனுப்பிருக்க ஆள், இவங்களுக்கு காசு மட்டும் போதும் அரசாங்கம் சொல்றதுல ஏதும் தப்பு இருந்தா கூட கேக்க மாட்டாங்க நாங்க இங்கே இவ்வளவு பேர் வயசானவங்க இருக்கோம் திடீர்னு எங்க போவாங்கனு யோசிக்கிறீங்களா அவங்க போன்னு சொன்னா நாங்க போயிரணும் இல்- லேன்னா வாய மூடிக்கிட்டு அவங்க சொல்றத கேட்டுகிட்டு நடக்கணும் என கற்பகம் விளாசினார்.

கைலாசம், இங்க எவ்ளோ நாள் கடல் ரொம்ப மேல வந்து இருக்கு பெரிய பெரிய மழை எல்லாம் வந்து இருக்கு ஆனா நம்ப வேம்பு மாதிரி இருக்கிற பெரிய பெரிய மரங்கள் எல்லாம் இந்த மண்ணு இறு-

கப்பிடித்துக்கொண்டு இருந்ததால்தான் இந்த தீவு இன்னும் அழியாமல் இருக்கும் இல்லைனா கொஞ்சம் கொஞ்சமா கடலில் கரைந்து இருக்கும் ஆனால் இந்த காமாட்சி பையன் இங்க வீடு கட்ட ஆரம்பித்த உடனே முதல்ல மரத்தை தான் வெட்டுவாங்க ஏற்கனவே நகரத்தில் பிராணவாயு பத்தல நச்சுத்தன்மையை போச்சுன்னு எல்லாம் குறிப்பிட்ட நேரத்தில்தான் வெளிய வந்துட்டு போயிட்டு இருக்காங்க இப்ப இங்கயும் அழிக்க வந்துட்டாங்க.

என் கவலை எல்லாம் நம்ப வேம்புவை பற்றி தான் அவ தான் இங்கு இருக்கரதிலேயே பெரிய மரம் கம்பிரமா பரந்து விரிந்த விசாலமான நிற்கிறாள்

இன்னைக்கு கூட்டம் நடந்தப்ப கூட சுமார் 50 பேர் வேம்பு ஓட நிழல்ல தான் இருந்தாங்க நல்லதை மட்டும் செய்கிற நம்ப வேம்பு மாதிரி மரங்களை எல்லாம் அழிச்சுடுவாங்க

வேம்பு மட்டும் சுமார் 100 பறவைகளுக்கு மேல கூடுகட்ட அவளுடைய கிளைகள விரித்து வளர்த்திருக்கா அந்தப் பறவைகள் எல்லாத்துக்கும் அவ அம்மா மாதிரி அதெல்லாம் எங்கே போகும் இது எல்லாத்தையும் தடுத்து நம்மள அந்த ஆண்டவன் காப்பாற்ற மாட்டானா என பேசியவாரே வேம்புவின் மேல் சாய்ந்த தூங்கினார் .

பொழுது விடிந்தது கைலாசம் கற்பகமும் அவர்களது வேலையை பார்க்கச் சென்றார்கள் வேம்பு மற்ற மரங்கள் தாவரங்களிடம் பேச முயன்றாள் ஆனால் ஆனால் அது முடியவில்லை வேம்பு தனது வேர்களை நன்கு பரப்பி மற்ற மரங்கள் ஒவ்வொன்றிடமும் பேச முயன்றால் வேம்பு ஆனால் மற்ற மரங்களை கட்டுப்படுத்த முடிந்ததே தவிர அவர்களை உணர வைக்க முடியவில்லை தான் மட்டும்தான் வித்தியாசமாக இருப்பதை உணர்ந்த வேம்பு. தனக்குள் இருக்கும் ஒவ்வொரு திறமைகளையும் உணர ஆரம்பித்தாள் வேம்பரசியின் பலம் பல நூறு மடங்கு உயர்ந்து இருந்தது அவளது திறமை ஒவ்வொன்றையும் வேம்பு அரசு பரிசோதிக்க ஆரம்பித்தார் வேம்பரசியால் அவளது இலைகளை கத்திபோல் பயன்படுத்த முடிந்தது அதேபோல் மற்று மரங்களையும் வேம்பரசியாள் பயன்படுத்த முடிந்தது.

வேம்புவின் கிளைகளை சாட்டையய் போல் இயக்க முடிந்தது மேலும் நீட்டவும் வளைக்கவும் முடிந்தது இன்னும் பெரிதாக்கவும் முடிந்தது.

வேம்பு தான் மட்டும் இப்படி வித்தியாசமா வித்தியாசமாக இருப்பதை அறிந்ததால் இது இயற்கை அவளுக்கு கொடுத்த வாய்ப்பு என்பதை புரிந்து கொண்டாள் இது இயற்கை தந்த பரிசு அல்ல இது பொறுப்பு என்று அவள் முழுமையாக உணர்ந்து இருந்தால் வேம்பு.

மறுநாள் காமாட்சி பல இயந்திரங்கள் உடனும் பல போலீஸ் மற்றும் கருவிகளோடு சிசா தீவிற்கு வந்தான். தீவு மக்கள் அனைவரும் வேம்-பரசி மரத்தின் அருகே ஒன்று கூடினார்கள் கைலாசம் எல்லோருக்கும் முன்னால் ஒரு தலைவனை போல் நின்றான் இந்த முறை காமாட்சியின் பேச்சில் அதிகாரம், வெறி இரண்டும் இருந்தது அவன் தீவு மக்களுக்கு அவனது பலத்தை காட்டும் நோக்கில் பேசினால் இங்க பாருங்க இப்ப யார் எல்லாம் எங்களுக்கு ஒத்துழைக்க போறீங்களோ அவங்க எல்லாம் இப்ப வழி விடுங்க நாங்க இப்ப இந்த கைலாசம் பயலோட வீட்டை இடிக்கப் போகிறோம் அப்புறம் அவன் வீட்டுக்குள்ள இருந்து பெருசா வளர்த்து வச்சிருக்கான்னே அந்த மரத்தை வெட்ட போறோம் வழி விடாத மத்தவங்க வீட்டையும் இடித்துத் தள்ள போறோம் என கூறி-னான். மக்கள் எல்லோரும் முகத்திலும் பயம், இப்ப என்ன செய்யப்-போகிறோம் வழிவிடலைனா இத்தனை நாளாய் இருந்த வீட்டை இடிச்-சுருவாங்க, கூட வேற நூற்றுக்கும் மேலே போலீஸ் இருக்கு இப்போ உடனே வீட்ட காப்பாத்தனும் இல்லனா பண்ட பாத்திரமும் சேத்து வச்ச காசு பணம் எல்லாம் போயிரும்னு பயந்தாங்க எல்லோரும் வழியும் விட்டார்கள். இதை கொஞ்சமும் எதிர்பார்க்காத கற்பகமும் கைலாசம் காமாட்சியிடம் அடி பணிந்தார்கள், அவர்கள் காமாட்சியிடம் கெஞ்சி-னார்கள் திடீர்னு இப்படி சொன்னா எப்படி மூணு மாசம் கெடுனு சொல்-லிட்டு இப்படி மூணு வாரத்துல வந்து வீட்டை இடிக்குரோம்னு சொன்னா இந்த வயசான காலத்துல நாங்க எங்க போவோம் என்று கெஞ்சினார்-கள் அதற்கு காமாட்சி இன்னைக்கு கெஞ்சுறவங்க அன்னைக்கு என்-னமோ உணர்ச்சிபூர்வமாக வசனம் எல்லாம் பேசுனீங்க , இன்னைக்கு என்னடான்னா இந்த தீவோட தலைவன் மாதிரி எல்லாத்துக்கும் முன்-னாடி வந்து நிக்கறீங்க. இன்னைக்கு உன் வீட்டையும் இந்த மரத்தையும் வெட்டினால் தான் நாளைக்கு எவனும் இப்படி வந்து முன்னாடி தைரி-யமா நிக்க மாட்டான், பேசவும் மாட்டான் என உடனே வீட்டை இடிக்க சமிக்ஞை செய்தான்.

நவீன பொக்லைன் எந்திரம் வேகமாக கூட்டத்திற்குள் புகுந்து வீட்டை இடிக்க வேகமாக சென்றது வீட்டின் அருகே சென்று தனது இரும்புக் கரங்களை தூக்கி வீட்டின் சுவற்றை இடிக்கச் சென்ற சமயம் முதல் முறையாக தன்னை வெளிக்காட்டிக் கொண்டாள் வேம்பரசி மரம் அதன் கிளைகளை ஒருபுறம் சாய்த்து மறுபுறம் சாட்டையை சுழற்றி விட்டு இயந்திரத்தில் இருந்த ஆளை வெளியே இழுத்துப் போட்-டால் ஒரே நொடியில் பொக்லைன் இயந்திரத்தை அடித்து நொறுக்-கினாள் வேம்பரசி இதை சற்றும் எதிர்பாராத ஊர்மக்களும் போலீசும் அங்கிருந்து ஓடினார்கள் புல்லாங்குழலின் துளைகளில் இருந்து வரும் இசையை போலவே வேம்பரசி மரத்தின் கிளைகள் இலைகள் எல்லா-வற்றிலும் இருந்து அதிர்வுகளால் ஒரு ஒலி பேச்சாக வந்தது முதல் வார்த்தை அம்மா என கூறினாள் கூட்டத்தில் ஓடிக்கொண்டிருந்த கற்ப-கம் நின்று திரும்பிப் பார்த்தால், அம்மா பயப்படாதீங்க நம்ம இடத்தை-யும் அப்பா உங்க தீவு மக்களையும் நாம ஒன்னா சேர்ந்து பார்த்துக்க-லாம் என வேம்பரசி கூறினாள். வேம்பரசியின் குரலும் அதில் இருந்து அதிர்வுகளும் தீவு மக்களுக்கு பயத்தை போக்கி தைரியத்தை தந்தது காரணம் ஊர் மக்கள் அனைவருக்கும் தெரியும் கைலாசம் கற்பகமும் வேம்புவை அவர்களது பிள்ளை போல் தான் வளர்த்து வந்தார்கள். வேம்பரசி அம்மா அப்பா என அழைப்பது அவர்களை தான் என ஊர் மக்களுக்கு புரிந்தது இந்த அதிசயத்தை கண்ட காமாட்சியும் போலீஸ் அதிகாரிகளும் உடனடியாக கப்பலுக்கு சென்று உடனே நகரத்திற்குச் சென்றார்கள்.

விரைவில்